JOAN PERLMAN

ELEMENT
FRUMKRAFTUR

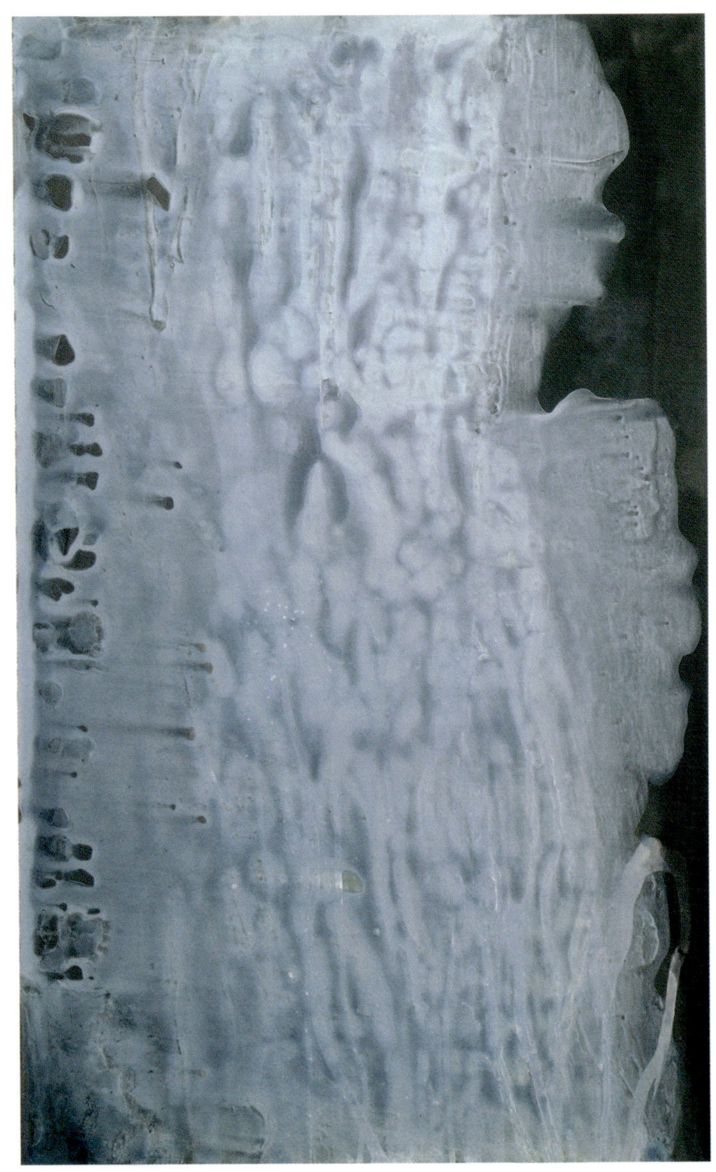

Untitled, 2006, acrylic on wood, 30x18″ (detail on cover) | *Án titils,* 2006, akríl á tré, 76x46cm

CONTENTS/EFNISYFIRLIT

Nightfall

By Brad Leithauser

In Iceland, in early January,
when dusk begins at dawn,
alone in a wind-whipped shack,
I kneel as though cowering
before my little stove door.
Nights are immense, and my coal is black
as night.
     A geologist
in his lab might be able to say,
within a million years or so, just
when and where the coal's towering
source plants were laid down;
I only know, while waiting for
the room to warm, it was very
long ago, and far away.

Náttmál

Eftir Brad Leithauser

Ísland,
snemma í janúar,
þegar rökkur fylgir dögun.
Einn — já aleinn —
í hrörlegu húsi,
sem vindurinn löðrungar látlaust,
já lúskrar á því með svipum sínum,
þar krýp ég eða kúri.
Ég húki á hækjum mínum
— hræddur -
framan við opinn arin.
Risavaxin ríkir nóttin.
Kolin mín eru kolsvört,
kolsvört eins og nóttin sjálf.

     Jarðfræðingurinn,
Í tæknivæddri tilraunastofunni,
telur sig geta sagt,
nákvæmlega
- án þess að skeiki meira en milljón árum —
hvenær og hvar
hávaxnir trjábolirnir féllu til jarðar.
Vaki ég og veit,
- meðan ég bíð þess að arineldur
ylji upp hrörlegt hús mitt —
að það var fyrir langa, langa löngu,
langt, langt í burtu, órafjarri mér.

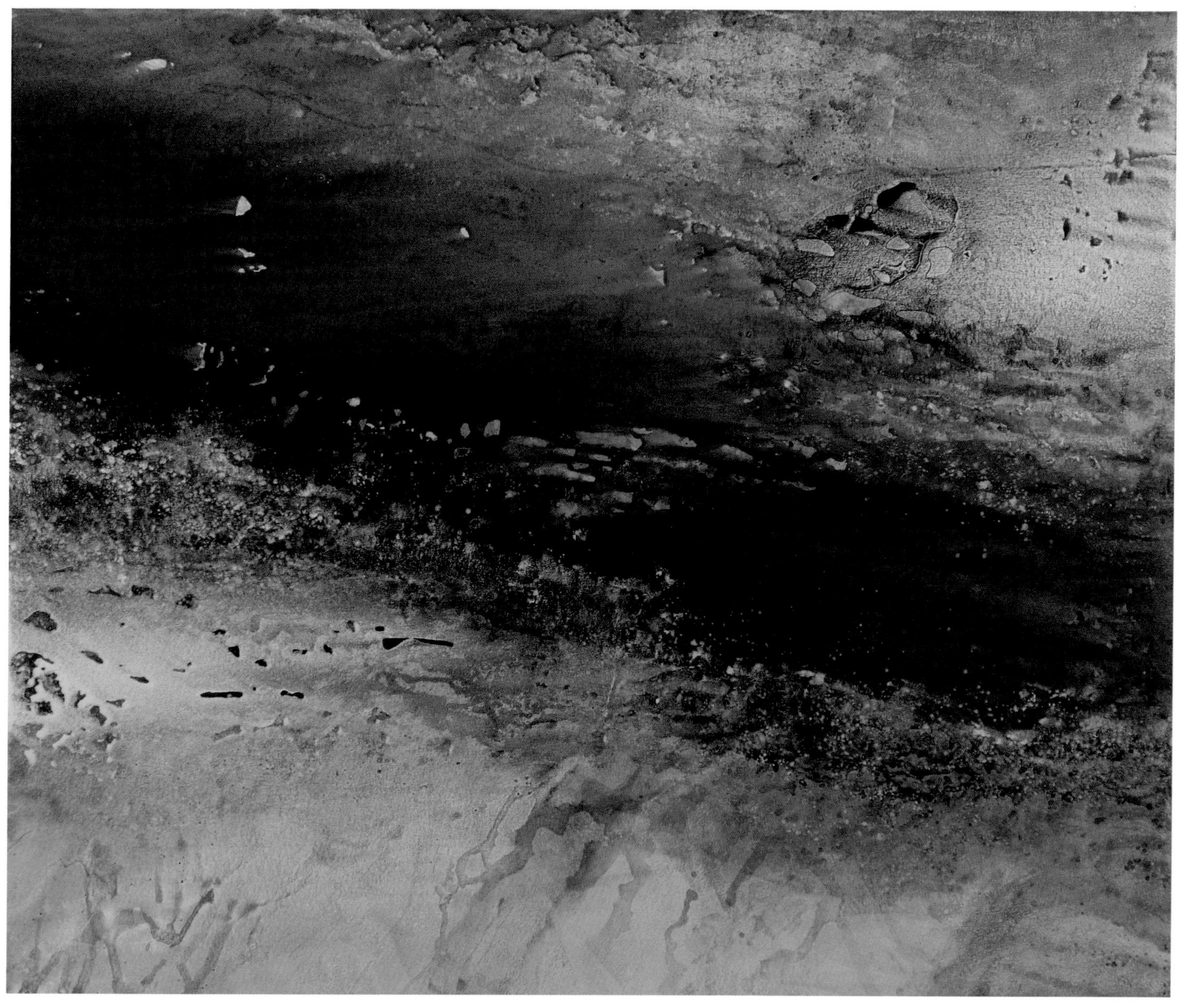

Untitled, 2007, acrylic on canvas, 57×67″   I   *Án titils*, 2007, akríl á strigi, 145×170cm

JOAN PERLMAN
FRUMKRAFTUR

Það er heiður fyrir Hafnarborg, menningar – og listastofnun Hafnarfjaðrar, að fá tækifæri til að sýna verk bandarísku listakonunnar Joan Perlman á Íslandi, en sýning hennar *Frumkraftur/Element* er önnur tveggja sumarsýninga í Hafnarborg þetta árið.

Joan Perlman er einn af þeim fjölmörgu listamönnum sem hrifist hafa af náttúru Íslands og unnið verk sem byggja á þeim áhrifum. Hún kom fyrst til Íslands árið 1995 og hefur síðan þá ítrekað lagt leið sína hingað, unnið að list sinni hér og safnað efni, m.a. tekið ljósmyndir og vídeómyndir sem eru nú hluti af sýningu hennar hér í Hafnarborg.

Ég hitti Joan Perlman fyrir nokkrum árum þegar hún var hér á ferð og kynntist þá fyrst verkum hennar. Joan á að baki langt listnám og hefur sýnt verk sín á virtum söfnum víða um Bandaríkin. Hún hefur hlotið verðlaun og ýmsar viðurkenningar fyrir verk sín og þeirra hefur verið getið í fjölda bóka og blaða er fjalla um listir. Verk hennar er að finna víða í opinberum söfnum og í einkasöfnum.

Fyrstu kynni mín af verkum Joan Perlman vöktu strax hjá mér löngun til að veita íslenskum listamönnum og listunnendum tækifæri til að sjá þau hér heima. Verk hennar hafa mjög fágað yfirbragð en megna samt sem áður að vekja hjá áhorfandanum sterka tilfinningu fyrir náttúrunni, náttúruöflunum og þeim frumkrafti sem þar býr að baki. Það er því mjög við hæfi að þýða titil sýningarinnar, sem er á ensku "Element", sem *Frumkraft.*

Ég vil þakka öllum þeim sem á einn eða annan hátt hafa styrkt þessa sýningu og með því gert mögulegt að sýna verk Joan Perlman á Íslandi.

Pétrún Pétursdóttir,
forstöðumaður Hafnarborgar.

JOAN PERLMAN
ELEMENT

I t is a honor for Hafnarborg, the Hafnarfjordur Institute of Culture and Fine Art, to have the opportunity to present in Iceland the works of the American artist Joan Perlman whose exhibition *Element*, is one of the two summer exhibitions held this year at Hafnarborg.

Joan Perlman is one of the numerous artists who have been drawn to Icelandic nature and been inspired by it in their work. She first came to Iceland in 1995 and has since then revisited the country a number of times to work on her art and collect material, for instance by making sketches and taking the photographs and videos which are now part of her exhibition at Hafnarborg.

I met Joan Perlman, and became acquainted with her work for the first time, a few years ago when she was visiting this country. Joan has an impressive academic background in fine art and has exhibited her work in both museums and galleries in many parts of the United States. She has received awards and recognition of various kinds, and her work has been referred to in many art books and magazines and can be found in a number of museums as well as private collections.

My first encounter with Joan Perlman's works immediately made me eager to give Icelandic artists and art lovers an opportunity to see them in this country. Her works are refined in presentation but nevertheless they give the viewer a strong sense of nature, its forces and underlying elements. It is therefore very appropriate to translate the title of the exhibition, which is "Element" in English with the Icelandic word *frumkraftur* – primal force.

I want to thank everyone who in one way or another has supported this exhibition, thus making it possible to exhibit Joan Perlman's work in Iceland.

Pétrún Pétursdóttir
Director of Hafnarborg.

THE GREAT ICELANDIC PONY ADVENTURE

LAWRENCE RINDER

My interest in Iceland came about as the result of a fascination with an early form of European lyric poetry, sometimes called marginalia. In the 9th century, Irish monks, whose main form of devotion was to copy the gospels over and over again, began writing short personal notes in the margins of their sacred manuscripts. Something along the lines of "The sun is shining, the bees are buzzing, and I feel fine." I was enchanted by the juxtaposition of the weighty canon of Christian orthodoxy with the sudden upwelling of an individual, nature-adoring voice. A bit later in the same century, a number of Irish monks—I always imagined it was these very same scribes—set out in tiny coracles to drift west on the current into the unknown. These men were the first inhabitants of Iceland.

For a time, I worked on a novel the premise of which was that one of these monks (they always lived alone, never in groups) lost his gospel and so, when he arrived was forced to commence his copying from memory. Inevitably, his memory of the text began to mingle with what had formerly been the marginalia until a new, complex, hybrid form was born interweaving narrative and thematic threads from the bible with incidents of his daily experience on the rugged, wind-swept island. While the book project stalled, I began to conceive another ambitious notion: to form a company that would lead pony-treks across Iceland, providing specialty beers from across the world as well as knitting-lessons as a diversion. The company was to be called The Great Icelandic Pony Adventure.

My dream job was put on hold when I accepted a position as curator at Berkeley Art Museum. One evening, after dinner at Chez Panisse, I was browsing the shelves at Black Oak Books when I came across a copy of W.H. Auden and Louis MacNiece's *Letters from Iceland,* which had been mis-shelved in the mathematics section. I was delighted to discover that not only had Auden and his boyfriend thoroughly enjoyed their Icelandic holiday, they had even spent some time pony-trekking. (I later discovered that Wittgenstein and *his* boyfriend had been Icelandic pony-trekking too). Until that moment, I had assumed that the entire notion was a private fantasy. I went straight to a travel agent and asked to be booked on an Icelandic pony trek. Skeptically, she looked online and found a company offering just such a tour. I signed up on the spot.

I arrived, alone, on the north coast of Iceland. During a briefing prior to our departure the lead guide said, "I assume you are all experienced riders since this is by far our most difficult trek." At that instant I realized I'd made a terrible mistake. I didn't know how to ride a horse. Sure, I'd been on sorry horse-like animals that followed one another nose to tail on short excursions around a Connecticut field. But cross-country riding for eight hours a day in a roadless waste of rock and ice and raging rivers? No. I quietly pulled the lead guide aside and explained my predicament. "I don't even own riding pants," I confessed. (As I know now, a ride such as I was about to embark on undertaken in blue jeans would have left my legs in bloody shreds.) Magnus—for that was the lead guide's name—reassured me and offered me a pair of his own padded pants as well as some riding boots. "I'll start you on a gentle horse," he said.

That was the beginning of my first Icelandic Pony Adventure. By the end, despite the saddle sores, I was ready to quit my job and spend the rest of my life with the Icelandic horses…and Magnus. I've been back several times and have felt and seen things that alone would have made life worth living: thundering across a vale of billowing grass amidst a herd of a hundred semi-wild horses, drunken singing in a steaming hot spring under the midnight sun, breathing air that has never been breathed before. The last time I went, my horse threw me in full gallop. I landed on a rock and the horse landed on me. I was able to climb back on and make it home, and I haven't returned to Iceland since.

I heard that Iceland recently approved the construction of a massive aluminum smelter in the pristine East, not far from where I made my first ride. Then there's the global warming thing which makes me worry from time to time about all those marvelous glaciers. Still, if it's true, as I've also heard, that Iceland reserves a seat in parliament for a representative of the faeries, things can't be all that bad. I'll probably go back someday for one last ride. Until I do, I'll have to be happy with a glimpse of that magical landscape in the occasional Hummer commercial. Or, better, I can put on a Sigur Ros CD and be transported instantly back to the rocky wastes of Sprengisandur. Not long ago, an old friend, Joan Perlman, told me she was making paintings based on Iceland, on the primal and ethereal qualities of its land, water, and air. That got my attention. I was even more surprised to learn that she'd arrived in Iceland much as I had, as the result of a dream. Her paintings might look like a dream to anyone who hasn't been there, but to me they are the essence of realism. A reality that is unfathomable but true.

HIÐ MIKLA ÍSLENSKA HESTAÆVINTÝRI.

EFTIR LAWRENCE RINDER

Áhugi minn á Íslandi vaknaði í framhaldi af því að ég varð hugfanginn af gömlum evrópskum skáldskap af því tagi sem stundum er nefnt marginalia eða spássíukveðskapur. Írskir munkar á 9. öld, sem iðkuðu trú sína aðallega með því að afrita guðspjöllin aftur og aftur, tóku upp á því að skrifa stuttar persónulegar athugasemdir á spássíur hinna helgu handrita sinna. Það gat til dæmis verið „Sólin skín, býflugurnar suða og mér líður vel." Ég var hugfanginn af því hvernig þarna mátti sjá hlið við hlið hin veigamiklu helgirit kristins réttrúnaðar og hvatvíslega tjáningu á persónulegum tilfinningum eða ást á náttúrunni. Nokkru síðar á sömu öld lögðu fáeinir írskir munkar — ég ímynda mér alltaf að það hafi verið sömu skrifararnir — af stað í litlum húðkeipum og létu reka vestur á bóginn út í hið óþekkta. Þessir menn urðu fyrstu íbúar Íslands.

Um tíma vann ég að skáldsögu, sem fjallaði um það að einn þessara munka (þeir bjuggu alltaf einir, aldrei í hópum) týndi guðspjallinu sínu og neyddist því til þess, þegar á ákvörðunarstað kom, að fara að skrifa upp eftir minni. Það fór ekki hjá því að það sem hann mundi af textanum fór að blandast saman við það sem áður höfðu verið athugasemdir á spássíu þangað til nýtt, margslungið og blandað form varð til þar sem frásögn og efnisþræðir úr biblíunni ófust saman við atvik úr daglegri reynslu hans á þessari hrjúfu og vindsorfnu eyju. Vinnan við bókina fór út

um þúfur en ég fór hins vegar að móta með mér aðra framsækna hugmynd: að stofna fyrirtæki sem efndi til hestaferða þvert yfir Ísland, þar sem boðið yrði upp á sýnishorn af helstu bjórtegundum heims, auk prjónanámskeiðs, mönnum til skemmtunar. Þetta fyrirtæki átti að heita The Great Icelandic Pony Adventure – Hið mikla íslenska hestaævintýri.

Þetta draumaverkefni mitt var sett í bið þegar ég þáði stöðu sem safnvörður við listasafn Berkeley háskóla. Kvöld nokkurt, eftir kvöldverð í Chez Panisse, var ég að skoða í hillurnar í Black Oak Books og rakst á eintak af Letters from Iceland eftir W. H. Auden og Louis MacNeice sem hafði lent á rangri hillu innan um stærðfræðibækur. Ég gladdist mjög við að uppgötva að Auden og kærasti hans hefðu ekki aðeins skemmt sér rækilega í fríinu á Íslandi, heldur hefðu þeir meira að segja farið í hestaferð. (Ég uppgötvaði síðar að Wittgenstein og kærastinn hans hefðu líka farið í íslenska hestaferð.) Fram að þessu augnabliki hafði ég gengið út frá því að öll þessi hugmynd væri bara draumórar mínir. Ég fór beint á ferðaskrifstofu og bað um að láta bóka mig í íslenska hestaferð. Sölukonan virtist hafa litla trú á þessu en athugaði það samt á netinu og fann fyrirtæki sem bauð upp á nákvæmlega svona ferð. Ég sló til á stundinni.

Ég mætti til leiks, einn míns liðs, á norðurströnd Íslands. Á undirbúningsfundi fyrir brottför sagði fararstjórinn: „Ég geri ráð fyrir því að þið séuð allir reyndir hestamenn, þar sem þetta er langerfiðasta ferðin sem við bjóðum upp á." Á því augnabliki varð mér ljóst að mér höfðu orðið á hrapalleg mistök. Ég kunni ekki að sitja hest. Að vísu hafði ég farið í stuttar skemmtiferðir um opið svæði í Connecticut á ræfislegum skepnum sem líktust hestum og gengu í þéttri halarófu hver á eftir annari. En hestaferð á víðavangi átta klukkustundir á dag um grýtta jörð, ís og straumharðar ár á veglausum öræfum? Nei. Svo lítið bar á dró ég fararstjórann afsíðis og útskýrði hvernig ástandið var. „Ég á ekki einu sinni reiðbuxur," játaði ég fyrir honum. (Ég veit núna að fótleggirnir á mér hefðu orðið eitt blæðandi sár ef ég hefði lagt út í reiðtúr eins og þennan í bláum gallabuxum.) Magnús — en það var nafn fararstjórans — hughreysti mig og bauð mér fóðraðar buxur sem hann átti sjálfur og reiðstígvél að auki. „Ég læt þig byrja á gæfum hesti," sagði hann.

Þetta var upphafið á fyrsta íslenska hestaævintýrinu mínu. Í lok þess — þrátt fyrir hnakksæri — var ég reiðubúinn að segja upp starfi mínu og eyða því sem eftir væri af ævinni með íslensku hestunum ... og Magnúsi. Ég hef komið aftur nokkrum sinnum, fundið og séð það sem eitt og sér hefði gert lífið þess virði að lifa því: að þeysa þvert í gegnum dal þar sem grasið bylgjast fyrir vindi, að kyrja drykkjusöngva í rjúkandi heitri laug undir miðnætursól og að anda að sér lofti sem enginn hefur andað að sér áður. Síðast þegar ég fór, datt ég af baki þar sem hesturinn var á harðastökki. Ég lenti á steini og hesturinn ofan á. Mér tókst að klöngrast aftur á bak og komast heim, en ég hef ekki komið til Íslands síðan.

Ég hef frétt að Íslendingar hafi nýlega samþykkt byggingu risastórs álvers í hinum ósnerta austurhluta landsins, ekki langt þaðan sem ég fór í fyrstu hestaferðina. Þetta og hlýnun loftslagsins veldur því að ég hef öðru hverju áhyggjur af öllum þessum stórkostlegu jöklum. Samt sem áður getur ástandið ekki verið svo slæmt ef það er satt sem ég hef líka heyrt að Íslendingar hafi frátekið sæti á Alþingi handa þingmanni huldufólksins. Líklega sný ég aftur einhvern tíma til að fara einu sinni enn á hestbak. Þangað til þar að kemur verð ég að láta mér nægja að sjá þetta töfrandi landslag einstaka sinnum í svip í Hummer auglýsingu. Eða, það sem betra er, ég get sett af stað geisladisk með SigurRós og verið í einu vetfangi kominn aftur á grýtt eyðilönd Sprengisands. Mín gamla vinkona, Joan Perlman, sagði mér ekki alls fyrir löngu að hún væri að gera myndir sem væru sprottnar af Íslandi, hinum upprunalegu og yfirjarðnesku eiginleikum landsins, vatnsins og loftsins. Ég sperrti eyrun. Ég var enn meira undrandi á því að heyra að hún hefði farið til Íslands, rétt eins og ég, vegna drauma sinna. Þeim sem ekki hafa komið þangað finnst kannski málverkin hennar líta út eins og draumar, en fyrir mér eru þau ímynd raunsæisins, veruleika sem er óútskýranlegur en sannur.

AND EARTH OF WATER: THE ART OF JOAN PERLMAN

ANNE BRYDON

Air dies giving birth to fire. Fire dies giving birth to air. Water, thus, is born of dying earth, and earth of water.
—Heraclitus

A few days ago, a severe thunderstorm brought home to me the essence of American artist Joan Perlman's passionate concern with giving visual form to her experience of Iceland's nature. The day after its destructive impact, the image in my mind's eye of trees buffeted by winds blowing, so it seemed, from all directions at once stopped me short. I thought, turbulence and flow, chaos and order: this eternal, dynamic tension is exactly what Perlman has spent twelve years investigating through her art. Turbulence, uninvited, descends upon us in many ways, such as by illness, accident, or the loss of a loved one. The more common reaction to such rupture may be fear or anger, but the ability to dwell in uncertainty – what the poet John Keats called "negative capability" – seems a more useful life skill when negotiating the unexpected.

I see unfolding in Perlman's art a gradual yielding to and acceptance of unpredictability, a creative growth she at first intuitively then later more consciously channelled through observation and contemplation of Icelandic nature. Each artwork results from painstaking attention to the processes she uses to transform the changeableness of sensation, perception, and affect into visual form. They encompass experiments with colour, form, and technique that respond to the experience of gazing upon glacial rivers and the luminous mosses that blanket undulating lavafields. Yet the artworks don't mimic the world. Rather, they abstract from it and render impressions of a deep, sensual engagement with the substance of place and natural forces.

In the simplicity and elegance of Perlman's art one can see the influence of Richard Serra and Richard Long, two artists who have also left their mark on Iceland. Perlman is drawn to Serra's use of geometry and his sensitivity to materials and scale. From Long she takes inspiration from his long-abiding relationship to landscape, and the unity that exists between his process of art-making and the final work. Her list of influences – including 16th- and 17th-century Chinese landscape painting, medieval Japanese Zen painting, van Gogh's pen and ink drawings, as well as the works of Eva Hesse and Mark Rothko – reveals a preference for a spare aesthetic distinguished by an attention to scale, colour, process and materials, and above all (with the exception of Rothko), a consideration of natural forms.

[1] Heraclitus 2001 *Fragments*. Brooks Haxton, translator. London: Penguin. p.17

Like all truly creative moments, Perlman's involvement with Iceland began with a detour. In 1991, while living in San Francisco, she began to dream repeatedly about Iceland. She knew nothing about the country and recalls no reference that may have triggered these visitations. Yet in her sleep she would feel the land as extreme, a place that, while not frightening, felt somehow "primal." In the dreams she sensed an anxious need to travel to this unknown place. For years the dreams compelled her and she wrote them down. She began to learn what she could about Iceland, reading the sagas and books about its culture and history. She made plans to travel to the country to learn what this strange urge was demanding of her.

Perlman first came to Iceland in 1995. For five weeks she travelled alone around the country, feeling a connection to the landscape grow within her. Subsequent travels have allowed her opportunities to pay more attention to particular places, talk to people, and learn about the geological processes of creation and transformation so apparent on the island's surface. As geologists and geographers everywhere know, Iceland is an ideal place to witness the inexorable movement of geological time. What at first meets the eye as fixed and immutable – the rock that blocks one's path or the mountain visible on the horizon – loses solidity when perspective shifts. The eye learns to take in larger patterns, to see things not in themselves but as moments in never-ending actions within which human existence figures as fleetingly as dust. Echoing Heraclitus' words in the epigraph, one thinks of the volcano Laki erupting and plumes of ash smothering the pastures: air dies giving birth to fire. So, too,

the glacial rivers running south from Vatnajökull and the vast glacial outwash of Skeiðarársandur testify to the mutability of earth to water, and water to earth.

Working toward understanding how this landscape of movement and change affects her is integral to Perlman's artistic process. Observation of how the shifts of her own perceptions, consciousness, and interiority are shaped by the close experience of natural processes mediates the powerful energies she perceives emanating from the earth itself. In this interrelation between self and world she recognizes herself as being in, and of, nature.

In August 2005 I first spoke with Perlman after she gave an artist's talk at the Centre for Icelandic Art. Her residency there marked another step in coming closer to Icelandic culture. (This exhibit at Hafnarborg is another step still.) In her story of return visits and a deepening relationship with Iceland I immediately saw parallels to my own long-term involvement with ethnographic fieldwork in the country. Perlman found the comparison apt.

This fieldwork I describe doesn't conform to any stereotype of scientists collecting data and subjecting them to laboratory analysis. Such an image of a sterile and linear method barely describes the inventive side of doing natural science. And it certainly doesn't grasp the depth of the creative, meandering commitment to experiencing the experience of the present moment which I suggest links anthropology and art. Fieldwork is the name anthropologists give to what amounts to a straying from the path of expectation. It involves deliberately placing one's full being into an unfamiliar state and paying attention to what happens in the world as well as inside one's self. In this state, we recognize that the self and the world are inseparable – "we are", as Brian Massumi states, "our situations."[2]

This attention to the singularity of experience is how we come closer to understanding human existence and how we make it meaningful, in ways that reason alone cannot grasp. We need to do this – and I think this is why we feel the need for art – in order to sense the necessary connections that tie chaos to order. Much of our everyday life involves attempts to control chaos. Housecleaning does this. So do the laws and procedures that regulate the institutions we inhabit: schools, businesses, governments, and so on. Chaos is increasingly imagined in the modern world as dangerous and threatening, something to be feared and, if possible, demolished. However, we can learn from other cultures that chaos is necessary to life. Rather than resisted it can be negotiated by such creative means as ritual and myth as well as through practical interactions with nature that don't attempt to dominate it. We can also look to contemporary science which now explores such ways of thinking about randomness and contingency as fractals, relativity, the interlinking of observer and observed in quantum physics, and, of course, chaos theory itself.

Turbulence and flow, chaos and order, creation and destruction: we use these word pairs, however inadequate they are to the task, to grasp hold of that complex, vital dynamism experienced, for example, while watching weather phenomena or waves crashing against a shore. What appears chaotic and accidental from one perspective can be seen from another as an element in a larger pattern. To give in to chaos, therefore, does not mean giving up on stability or structure.

And so, in a manner resembling fieldwork, Perlman uses displacement as a way to break out of those habits of thought and action which cloud vision. At some level she could have gone anywhere in the world and the effect of seeing anew would have been similar, although not the same. But the sharp contrast between Iceland's stark, austere beauty and the physical world she knew while growing up in New York City and then later in other urban settings triggered a particular awareness. The expansiveness of space, the rawness of lavafields, and the driving force of glacial rivers were new to her and she worked toward assimilating this newness. It would have been easy, as a foreigner, to capitalize on the exotic otherness of the Icelandic landscape. But Perlman's art does not in any way appropriate the landscape. She began with this sense of otherness and allowed herself to be reshaped by the encounter, entering into a relationship with the country in slow and incremental steps.

Perlman gathered images while out in nature, bringing the landscape into her perceptual experience through the physical acts of drawing, making watercolours, and taking photographs. She singled out particular colours in the water and silt, and in the dazzling chemistry of the mud at Mývatn. She would return to her studio in California with bits of lava protectively wrapped in socks, and small fragments of lichen,

[2] Zournazi, Mary 2002 "Navigating Movements: A Conversation with Brian Massumi." in *Hope: New Philosophies for Change*. Annandale, Australia: Pluto Press. p.220.

moss, and other plants. They served as *aide memoire*, their complex colours a source of inspiration. In response to activities of collection and reflection, Perlman broadened her use of different media. Her early work with chalk, graphite, and watercolours were particularly tactile and controlled, while her switch to pouring acrylic paints introduced more fluidity and spontaneity. Her most recent work with video lessens her own mediation of the image.

Between 1996 and 2002, Perlman made large-scale chalk-and-graphite drawings and acrylic paintings that explore the tension between pictorial surface and structure inspired by observations of fields of lava. The works do not depict the lavafields directly. Instead, they capture a sense of incandescent grey-green moss seemingly flowing over solid ground. The graphite gives the drawings something of the brittle texture and colour of lava, and metallic pastels suggest the luminous glow of plant life. Perlman observed in the landscape the ambiguous tension between immediate perception of the lava's solidity and her geological knowledge of its earlier fiery, flowing form. This tension is echoed in the visual pull of rendering flow with small, individuated marks that repeat the natural processes of accretion occurring in the lavafields. These minute marks, laboriously applied – Perlman calls the intensity of this process "penitential" – accumulate to become a wash of colour, producing yet another tension between their individual scale and the vastness of the spaces they reference.

Perlman's early fascination with the land had, by 2002, developed into an interest in the element of water. She was initially attracted by the force of glacial rivers, how they gouge deeply into the ground and transmute matter into movement in their ability to carry earth and silt. She experienced the rivers as brimming with energy, and photographed the anarchic details of their movements. The turbulence and

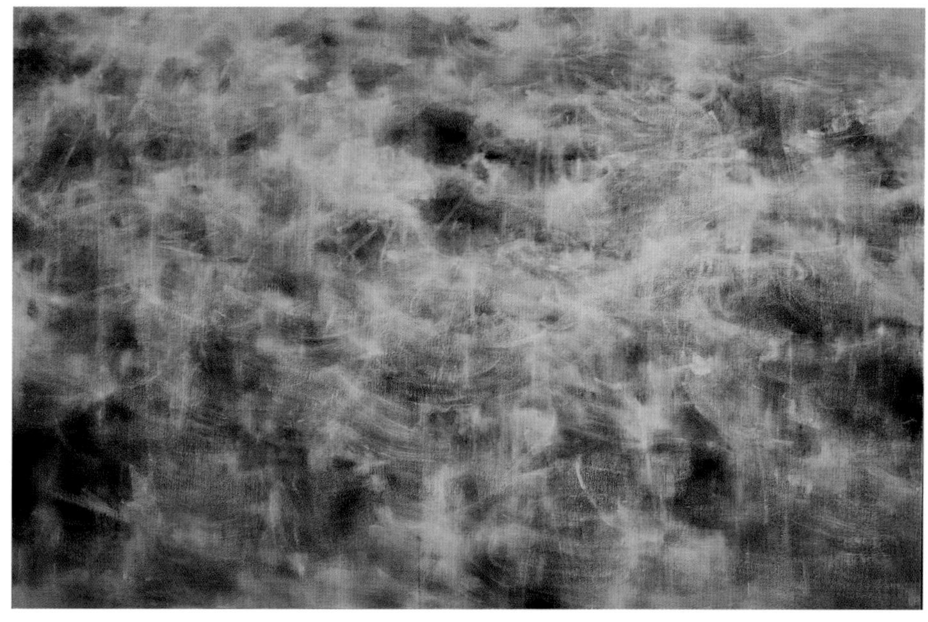

Char, 2001, acrylic on wood, 52x78″ | *Char*, 2001, akríl á tré, 132x198cm

eddies seemed chaotic on the surface, but with time she could see the regularity of individual events since they were responses to underlying patterns of lava and rocks. The same surface-structure tension she witnessed in the lavafields was apparent in the rivers. Her focus increasingly became directed toward Hverfisfljót, a particularly tumultuous and changeable river that dramatically alters in response to actions in the vast Vatnajökull glacier. During the 1783–1784 Lakagígar volcanic eruptions, for example, the river dried up then later its valley flowed with lava.

This shift of attention from earth to water inspired a switch in media to painting, and in working methods. To produce the river effects of multi-directional layers and turbulent action, she spent two years developing techniques for pouring acrylic paints directly onto canvas. A friend designed an easel that allows Perlman to position each canvas horizontally or vertically, or to tilt it gently over a central pivot in order to guide the course of paint pours. Each canvas is built in layers, beginning with a grey underpainting using rollers and brushes to produce an underlying structure. Final pours are manipulated with slight tilts of the canvas. This process introduces a greater element of chance and lessens the artist's control, but at the same time produces a fluidity that decreases the experiential distance between the river and the viewer in the gallery.

Colour is also malleable to process: a startling veridian-like green-blue resulted from an unexpected chemical reaction between green and silver pigments. The silver transmuted into an exquisite iridescent effect of opulent sensuousness. The greens and blues of the paintings don't reproduce the exact hues of glacial rivers, yet they evoke their feel. Thus, while the paint pours appear to reference abstract expressionism they extend that visual language to explore sensation and the emotional resonance of colour in memory.

In 2004 Perlman had begun shooting video to explore the surfaces of rivers, but was quickly attracted to the immediacy suggested by its capacity to record the velocity and fierce energy of the water, and the subtle plays of light, colour, and shadow. Video opened the possibility of moving closer to the temporal experience of observing rivers, and she began shooting with the idea of creating a video installation. In the work produced for this exhibition appears images of the differing moods and surface motions of Hverfisfljót and other rivers. The staggered sequencing of the three projections creates varying patterns of turbulence and calm, while time and timing provide the underlying structure. The framing of the projections – the lack of reference points that would allow the viewer to relate scale to their own body – produces a curious sense of suspension reminiscent of the hypnotic effect of gazing at flowing water. The large scale of the wall projections heightens the physicality of the viewer's encounter.

Experienced in its totality, Joan Perlman's art dwells in and, I think, gracefully negotiates a dynamic tension between complexity and simplicity. Through the work's creative and attentive assimilation, Perlman reveals to her audience the intricacy of nature's turbulence and flow. That intricacy is rendered in elemental form, giving us the chance to glimpse something of the sensual, perceptual conditions of being in the world.

OG JÖRÐIN AF VATNI: LISTSKÖPUN JOAN PERLMAN

ANNE BRYDON

Loftið deyr þegar það fæðir eldinn og eldurinn deyr við að gefa loftinu líf. Vatnið er fætt af deyjandi jörð og jörðin af vatni.

Herakleitos

Ofsalegt þrumuveður sem ég upplifði nýlega varð til þess að ég skildi allt í einu hvers vegna bandarísku listakonunni Joan Perlman er svo mikið í mun að koma reynslu sinni af íslenskri náttúru í sjónrænt form. Daginn eftir að eyðingaraflið hafði geisað, stóðu mér enn fyrir hugskotssjónum tré að lemjast fyrir vindum er virtust blása úr öllum áttum í senn og ég staldraði við þá mynd. Þeirri hugsun laust niður að umrót og flæði, glundroði og regla – þessi eilífa spenna milli andstæðra afla – væri nákvæmlega það sem Perlman hefur eytt tólf árum í að kanna í list sinni. Umrót kemur oft óboðið inn í líf okkar, til dæmis vegna veikinda, slysa eða ástvinamissis. Algengustu viðbrögðin við slíkum friðrofum eru ef til vill ótti og reiði, en það að geta lifað við óvissu – það sem skáldið John Keats kallaði ,, neikvæða hæfni" – virðist lífsleikni sem nýtist betur þegar takast verður á við hið óvænta.

Ég sé það æ skýrar í list Perlman hvernig hún lætur smátt og smátt undan óvissunni og sættir sig við hana sem skapandi þróun er hún hefur fundið farveg, fyrst af innsæi en síðar meðvitað, í því að skoða og íhuga náttúru Íslands. Sérhvert listaverk er orðið til með því að beita af vandvirkni og gaumgæfni því ferli sem hún notar til að ummynda breytileika skynjunar, sýnar og geðhrifa í sjónrænt form. Þar má finna tilraunir með lit, form og tækni sem eru viðbrögð við þeirri reynslu að hafa fyrir augum jökulár og glóandi mosa sem hylur bylgjandi hraunbreiður. Samt eru listaverkin ekki að herma eftir heiminum. Öllu heldur leggja þau út af honum og sýna ummerki um djúp skynræn tengsl við veruleika staða og náttúruafla.

Í einfaldleika og vönduðu yfirbragði listaverka Joan Perlman má sjá áhrif frá Richard Serra og Richard Long, tveimur listamönnum sem einnig hafa markað spor á Íslandi. Perlman laðast að notkun Serra á rúmfræði og næmi hans á efni og mælikvarða. Frá Long fær hún innblástur af langvarandi samskiptum hans við landslag og þeirri einingu sem ríkir milli sköpunarferlis og lokagerðar verka hans. Listinn yfir áhrifavalda hennar – þar á meðal 16. og 17. aldar kínversk landslagsmálverk, japönsk Zen málverk frá miðöldum, blekpennateikningar van Gogh auk verka Evu Hesse og Marks Rothko – sýnir hvernig hún laðast að einfaldri fagurfræðilegri sýn sem einkennist af alúð við mælikvarða, liti, vinnsluferli og efni, og umfram allt, tilliti til náttúrulegra forma.

Eins og öll sönn skapandi tímamót hófust tengsl Perlman við Ísland með því að hún tók hliðarskref. Árið 1991, meðan hún bjó í San Francisco, fór hana aftur og aftur að dreyma Ísland. Hún vissi ekkert um landið og man ekki eftir neinni tilvísun sem kann að hafa komið þessari ásókn af stað. Samt skynjaði hún landið í svefninum sem öfgafengið og þótt það væri ekki ógnvekjandi fannst henni það búa yfir einhverjum „frumkrafti". Í draumum sínum fann hún fyrir ákafri þörf fyrir að fara á þessar óþekktu slóðir. Árum saman höfðu draumarnir tök á henni og hún skráði þá hjá sér. Hún fór að kynna sér það sem hún gat um Ísland, las Íslendingasögur og bækur um menningu og sögu landsins. Hún einsetti sér að ferðast þangað og komast að því hvað þessi undarlega árátta vildi með hana.

Perlman kom fyrst til Íslands árið 1995. Í fimm vikur ferðaðist hún ein um landið og fann tengsl við landslagið verða til innra með sér. Í síðari ferðum hefur hún haft tækifæri til að gefa gaum að tilteknum stöðum, tala við fólk og fræðast um hið jarðsögulega ferli sköpunar og ummyndunar sem svo ljóslega má sjá á yfirborði landsins. Eins og jarðfræðingar og landfræðingar um allan heim vita er Ísland fullkominn staður til að sjá með eigin augum hinn linnulausa framgang jarðfræðilegs tíma. Það sem fyrst kemur fyrir sjónir sem stöðugt og óbreytilegt – steinninn sem lokar veginum eða fjallið sem ber við sjóndeildarhring – missir festu þegar sjónarhornið breytist. Augað venst því að skynja stærri mynstur, að sjá ekki aðeins yfirborð hlutanna heldur skoða þá sem andartak í endalausri atburðarás þar sem mannleg tilvera birtist sem hverfult ryk. Og orð Herakleitosar enduróma þegar í hugann koma Lakagígar og aska sem kæfir alla bithaga; loftið deyr þegar það fæðir eldinn. Á sama hátt bera jökulárnar, sem renna suður úr Vatnajökli, og Skeiðarársandur, jökulsársetið mikla, vott um það að vatnið er fætt af deyjandi jörð og jörðin af vatni.

Joan Perlman hefur gert það að órjúfanlegum þætti í list sinni að nálgast skilning á því hvernig þetta landslag hreyfinga og breytinga orkar á hana. Skynjun hennar, meðvitund og hugarheimur verða fyrir áhrifum af nánum tengslum við náttúruöflin og skilningur hennar á þeim áhrifum miðlar áfram hinum miklu öflum sem hún finnur streyma frá jörðinni sjálfri. Í þessari gagnvirkni sjálfs og heims staðfestir hún að hún sé stödd í náttúrunni og tilheyri henni.

Ég ræddi fyrst við Joan Perlman í ágúst 2005 eftir að hún hélt fyrirlestur í Kynningarmiðstöð íslenskrar myndlistar. Dvöl hennar þar færði hana skrefi nær íslenskri menningu. (Þessi sýning í Hafnarborg er skref í viðbót.) Í frásögn hennar af fleiri heimsóknum og djúpstæðara sambandi við Ísland sá ég strax hliðstæður við þá þjóðfræðilegu vettvangsvinnu sem ég hef um langa hríð tekið þátt í á Íslandi. Perlman fannst samanburðurinn eiga vel við.

Vettvangsvinnan sem ég er að tala um fellur ekki að neinni staðalmynd þar sem vísindamenn safna gögnum og setja í greiningu á tilraunastofu. Slík mynd af andlausri og línulegri aðferð lýsir tæplega þeirri hlið náttúruvísindanna þar sem hugvitið fær að njóta sín. Og hún nær alls ekki dýpt þeirrar skapandi og skuldbundnu viðleitni að upplifa til fulls reynslu hverrar líðandi stundar sem ég held að tengi mannfræði og listir. Það sem mannfræðingar kalla vettvangsvinnu er í raun jafngildi þess að fara út af braut þess sem fyrir fram er ákveðið. Það felur í sér að setja sig alltaf af ásettu ráði í framandi ástand og fylgjast jafnvel með því sem gerist í heiminum og því sem gerist innra með okkur sjálfum. Í þessu ástandi viðurkennum við að sjálfið og heimurinn séu óaðskiljanleg – „við séum", eins og Brian Massumi segir, „aðstæður okkar".

Að huga þannig að sérstöðu hverrar reynslu getur þokað okkur lengra á leið en skynsemin ein kemst til að skilja mannlega tilveru og það hvernig við gæðum hana merkingu. Við höfum þörf fyrir að gera þetta – og ég held að þess vegna höfum við þörf fyrir listina – til þess að skynja hina ómissandi hlekki sem tengja glundroða og reglu. Margt í okkar daglega lífi felur í sér viðleitni til að hafa stjórn á glundroða. Tiltekt á heimili miðar að því. Hið sama gera þau lög og starfshættir sem stýra stofnunum sem við búum við: skólum, fyrirtækjum, ríkisstjórnum og svo framvegis. Í heimi nútímans sjá menn í vaxandi mæli glundroða sem hættulegan og ógnandi, eitthvað sem ber að óttast og, ef mögulegt er, að kollvarpa. Samt sem áður getum við lært það af öðrum menningarsamfélögum að glundroði er lífinu nauðsynlegur. Í stað þess að veita honum mótspyrnu getum við leitað málamiðlana við hann með skapandi meðulum svo sem helgisiðum eða goðsögnum svo og raunhæfri gagnvirkni við náttúruna án þess að reyna að drottna yfir henni. Við getum líka horft til vísinda samtímans sem núna eru að kanna aðferðir til að vinna með tilviljanir og tengslalíkur, svo sem brota, afstæðis, innbyrðis tengsla athuganda og viðfangs í skammtaeðlisfræði, og svo auðvitað kaos- eða uslkenninguna sjálfa.

Umrót og flæði, glundroði og regla, sköpun og eyðilegging: við notum þessi

orðapör, þó svo að þau nái skammt, til þess að átta okkur á þeim margbrotna ólgandi krafti sem við upplifum, til dæmis þegar við fylgjumst með veðurfyrirbrigðum eða öldugangi við strönd. Það sem virðist óskipulegt og tilviljanakennt frá einum sjónarhóli má frá öðrum skoða sem þátt í stærra mynstri. Að gefa eftir fyrir glundroða þýðir ekki að allur stöðugleiki og öll formgerð sé gefin upp á bátinn.

Og þannig, líkt og á sér stað við mannfræðilega vettvangsvinnu, notar Perlman tilflutning til þess að brjótast út úr þeim viðjum vanans í hugsun og verki sem gerir okkur alla sýn þokukennda. Í vissum skilningi hefði hún getað farið hvert sem er í heiminum og á svipaðan hátt öðlast nýja sýn en þó hefði tilfinningin ekki verið sú sama. Hinar skörpu andstæður milli eyðilegrar og óblíðrar fegurðar Íslands og æskustöðva hennar í NewYork borg kölluðu á sérstakan næmleika. Hinar miklu víðáttur, nekt hraunbreiðanna og straumkraftur jökulfljótanna voru nýnæmi og hún leitaðist við að samlagast því nýja. Það hefði verið auðvelt fyrir hana sem útlending að nýta sér fjarrænan framandleika íslensks landslags. En í list sinni gerir Perlman ekkert til að eigna sér landslagið. Hún lagði upp með

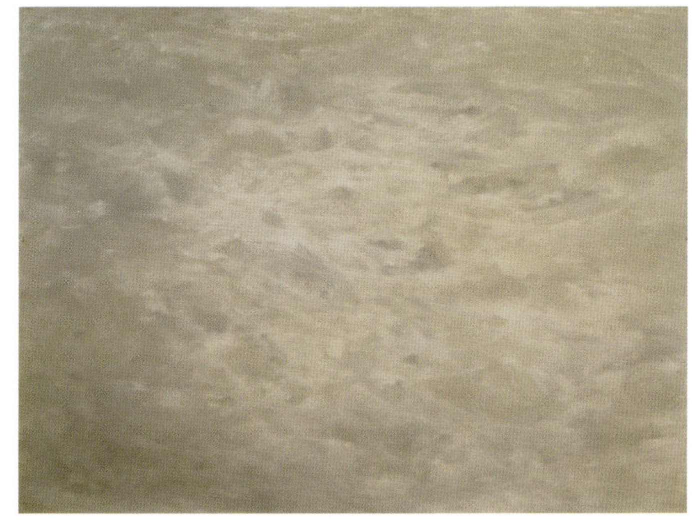

Lumière cendrée, 2000, pastel and graphite on paper, 38x54″ | *Lumière cendrée*, 2000, pastellitir og grafít á pappír, 96.5x137cm

framandleikatilfinningu og lét mótast af þeim samfundum þannig að tengslin við landið þróuðust meir og meir.

Perlman safnaði myndum úti í náttúrunni, dró landslagið stöðugt inn í reynsluheim sinn með því að teikna, mála vatnslitamyndir og taka ljósmyndir. Hún valdi úr sérstaka liti í vatni og leir og í hinni litríku efnasamsetningu leðjunnar við Mývatn. Hún sneri síðan aftur til vinnustofu sinnar í Kaliforníu með hraunsteina sem hún hafði af umhyggju sinni vafið í sokka, og smáagnir af skófum, mosa og öðrum jurtum. Hlutirnir hresstu upp á minnið og margbrotnir litirnir voru henni innblástur. Í framhaldi af störfum við söfnun og íhugun bætti Perlman við tjáningarmiðlum. Fyrri verk hennar, unnin með krít, grafít og vatnslitum, voru einkar áþreifanleg og öguð, en breyting hennar yfir í fljótandi akrílmálningu leiddi til meira flæðis og frumkvæðis. Nýjasta vinna hennar með myndbönd er beinskeyttari og leggur minni áherslu á miðlun hennar á myndefninu.

Á árunum milli 1996 og 2002 gerði Perlman stórar krítar- og grafítteikningar og akrílmálverk sem kanna spennuna milli yfirborðs myndar og formgerðar sem má rekja til athugana á hraunbreiðum. Verkin sýna ekki hraunið beint. Þess í stað gefa þau hugmynd um glóandi grágrænan mosa sem virðist fljóta ofan á fastri jörð. Grafítið gefur teikningunum blæ sem minnir á áferð og liti hraunsins og málmkenndir pastellitir gefa í skyn lýsandi gróðurinn. Perlman sá í landslaginu tvíræða spennu milli hins fasta hrauns eins og það blasir við augum og jarðfræðilegrar vitneskju um hið fyrra form þess, eldheitt og fljótandi. Þessi spenna endurómar í sjónrænum dragkrafti þess að sýna flæði með litlum aðgreindum pensilförum sem endurspegla hið náttúrulega uppsöfnunarferli sem á sér stað í hraunbreiðunum. Þessi örsmáu för sem eru gerð af mikilli vandvirkni — Perlman kallar áreynsluna sem fylgir þessari vinnu iðrunarferli — mynda í sameiningu heilt litaflóð og framleiða enn og aftur spennu milli eiginlegrar stærðar sinnar og hinnar miklu víðáttu sem þau vísa til.

Þegar komið var fram á árið 2002 hafði upphafleg hrifning Perlman af landinu þróast yfir í áhuga á vatni sem náttúruafli. Fyrst laðaðist hún að kraftinum í jökulánum, hvernig þær bora sig djúpt niður í jörðina og breyta efni í

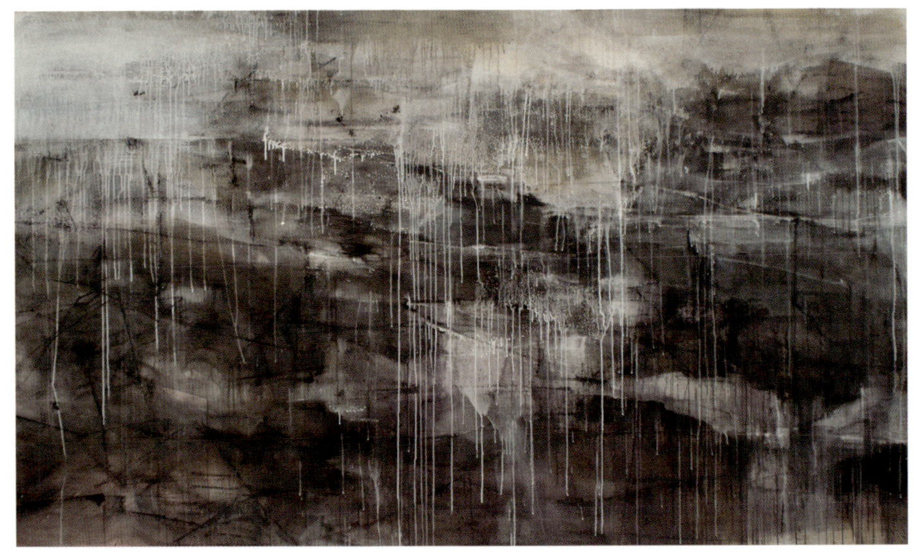

hreyfingu með því að hrífa með sér jarðveg og annan framburð. Henni fannst árnar ólga af orku og hún tók ljósmyndir sem sýndu smáatriði í straumkasti þeirra. Fljótt á litið virtist umrótið og hringiðurnar eintóm ringulreið en með tímanum kom hún auga á reglufestuna í einstökum atvikum þar sem þau voru svörun við mynstrinu í hrauninu og grjótinu sem undir var. Þá sömu spennu milli yfirborðs og eðlisgerðar sem hún hafði veitt athygli í hrauninu mátti einnig finna í ánum. Athygli hennar beindist í sívaxandi mæli að Hverfisfljóti sem er einstaklega ólgandi og breytileg á sem tekur algerum hamskiptum við hræringar í Vatnajökli. Í Skaftáreldum 1783-1784 þornaði áin upp og síðan rann hraun um farveg hennar.

Þegar athyglin beindist frá jörð að vatni varð það til þess að hún skipti yfir í málverk og breytti vinnuaðferðum sínum. Til þess að túlka ólgu árinnar, sem skiptist í mörg lög sem fara í allar áttir, eyddi hún tveimur árum í að þróa aðferðir við að hella akrýlmálningu beint á striga. Vinur hennar hannaði málaratrönur sem gera mögulegt að koma hverjum striga fyrir lárétt eða lóðrétt, eða halla honum lítillega á völtum í miðjunni til þess að stýra þeirri leið sem litirnir renna. Hvert málverk er byggt upp með lagskiptingu og byrjar á grárri undirmálningu þar sem hún notar rúllur og pensla til þess að fá fram grunnáferð. Síðustu málningunni er hellt á og henni stýrt með með því að halla striganum til. Þessi aðferð gerir myndsköpunina tilviljanakenndari og listamaðurinn hefur hana ekki eins á valdi sínu og ella, en um leið nær hún fram flæði sem dregur úr þeirri fjarlægð sem er milli árinnar og áhorfandans á sýningunni.

Rennslismyndirnar vitna til abstrakt expressjónista módernismans en hún gengur samt lengra en þeir í að kanna tilfinningalegan enduróm lita. Grænu og bláu litirnir í málverkunum endurskapa ekki nákvæmlega litablæ jökulfljótanna en samt kalla þeir fram sömu tilfinningu. Litir eru einnig meðfærilegir í vinnslu: óvænt efnahvörf milli grænna og silfraðra litarefna kölluðu fram áberandi blágrænan lit. Silfrið fékk á sig fágætt lithverft yfirbragð með höfugum munaðarblæ.

Árið 2004 var Perlman farin að nota vídeó til þess að kanna yfirborð árvatnsins og laðaðist fljótlega að milliliðalausri nálgun þessa miðils sem kemur fram í því að geta jafnt numið hraða og villta orku vatnsins og hárfínan leik ljóss, lita og skugga. Vídeóið opnar leið að þeirri reynslu að fylgjast með árstraumnum í rauntíma og hún gerði upptökur með það í huga að skapa myndbands innsetningu. Í verkinu sem hún gerði fyrir sýninguna Frumkraftur birtast svipmyndir af mismunandi ástandi og yfirborðshreyfingum í Hverfisfljóti og öðrum ám. Víxlröðunin í hinni þríþættu myndvörpun skapar breytileg mynstur umróts og kyrrðar en tíminn myndar formgerðina sem liggur til grundvallar. Umrömmun myndvarpsins, þar sem engin viðmiðun gerir áhorfandanum kleyft að tengja mælikvarðann við eigin líkama, vekur undarlega tilfinningu um að vera í lausu lofti sem aftur minnir á sefjandi áhrif þess að horfa á rennandi vatn. Myndirnar sem varpað er á vegg eru í stórum hlutföllum sem eykur á raunveruleikatilfinningu áhorfandans.

List Joan Perlman í heild sinni býr yfir dýnamískri spennu milli fjölbreytileika og einfaldleika og hún vinnur úr henni með glæsibrag. Með skapandi og nærgætinni samlögun við viðfangsefnið leiðir Perlman í ljós fyrir áhorfendum hið þéttriðna net umróts og flæðis í náttúrunni. Þetta flókna eðli er sett fram í formi frumþátta og það gefur okkur tækifæri til að sjá í svip þau skilyrði skynjunar og sýnar sem þessi heimur setur okkur.

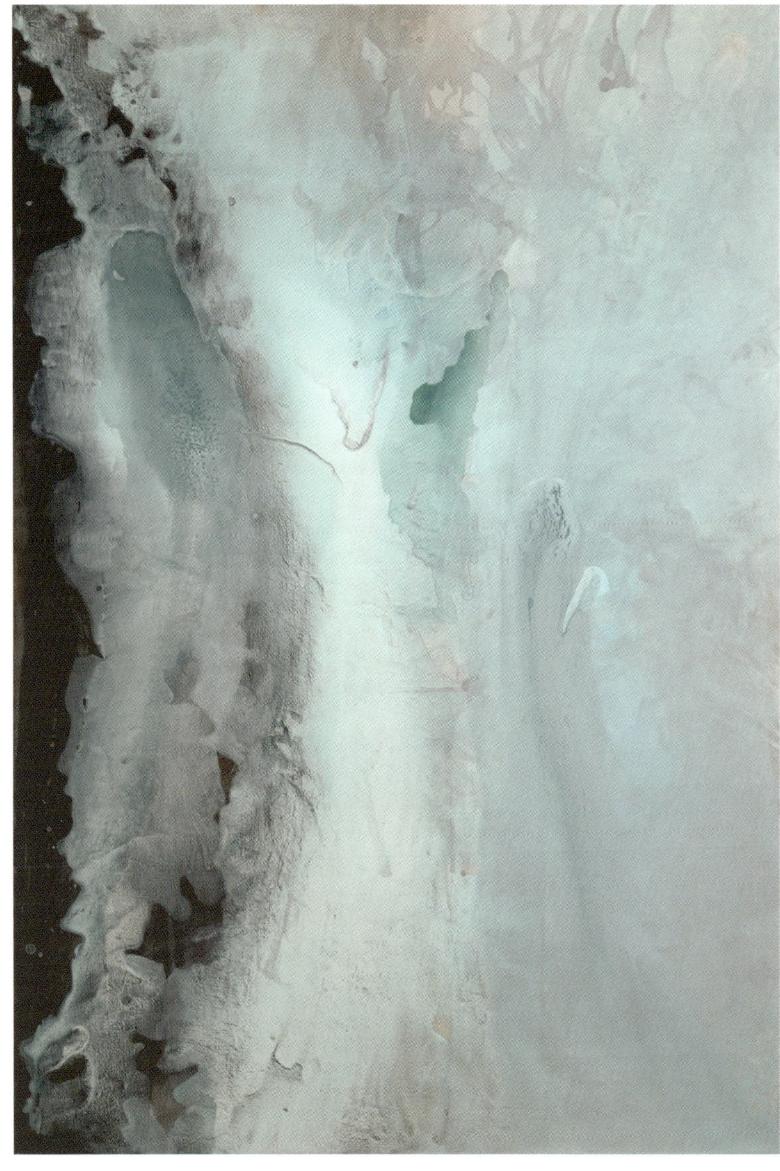

Untitled, 2005, acrylic on canvas, 78x52″ | *Án titils*, 2005, akríl á strigi, 198×132cm

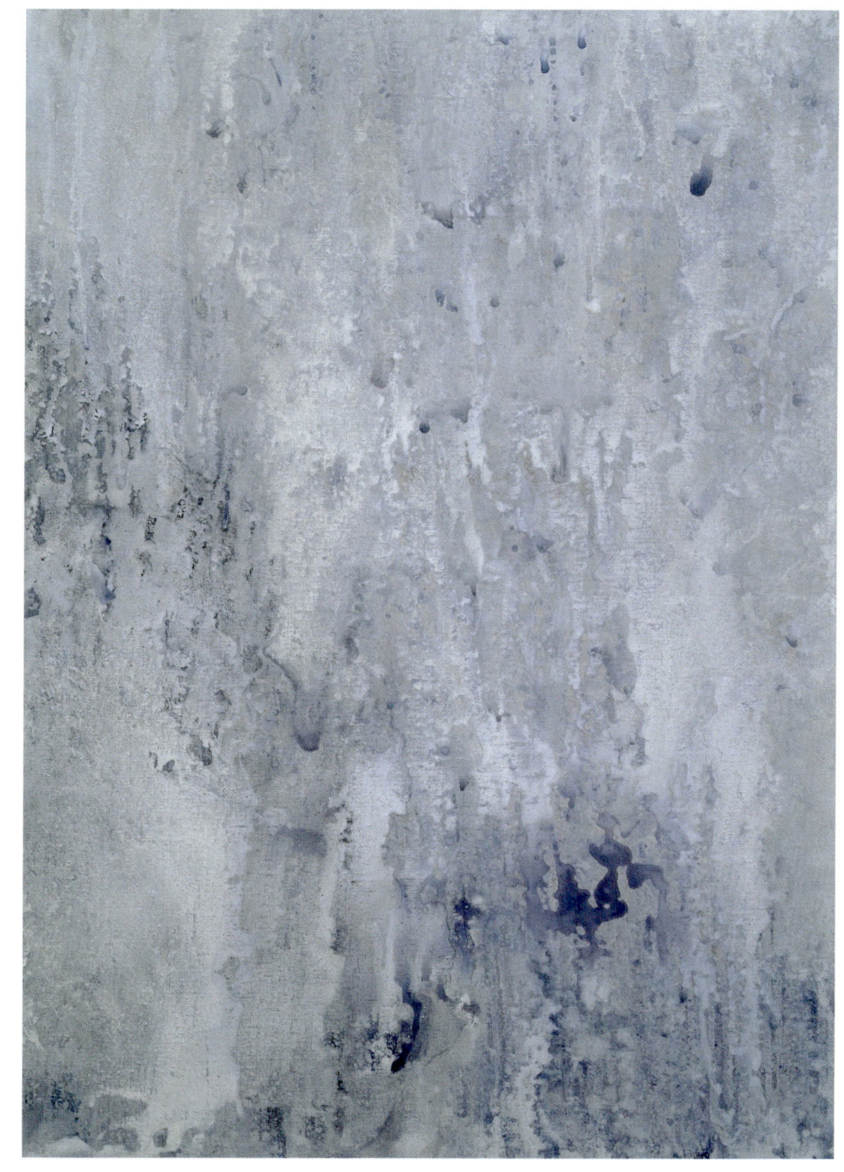

Untitled, 2006, acrylic on linen, 52×38″ | *Án titils*, 2006, akríl á hör, 132×97cm

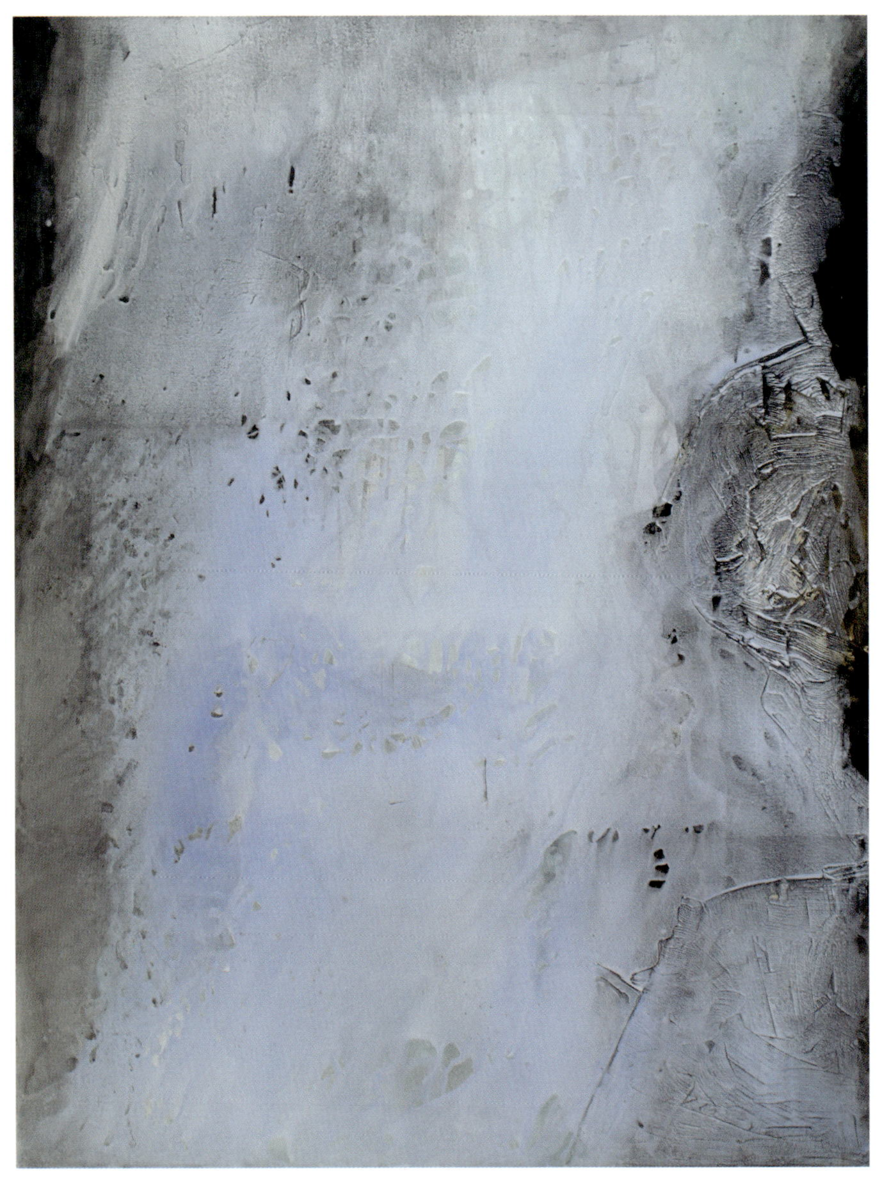

Untitled, 2007, acrylic and latex on canvas, 102x75″ | *Án titils*, 2007, akríl á strigi, 259x190.5cm

Untitled, 2007, acrylic and enamel on duralar, 25×40″ | *Án titils*, 2007, akríl og lakk á plastfilmu, 63.5×101.6cm

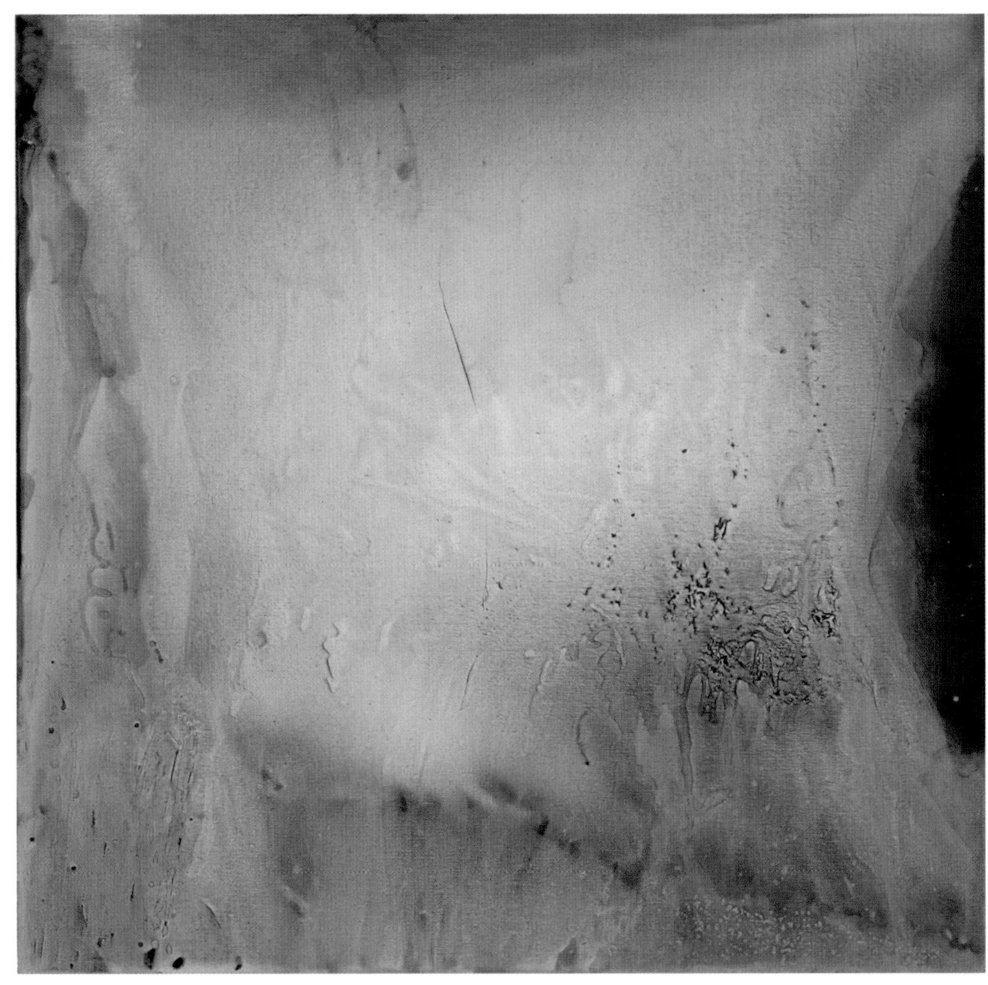

Untitled, 2006, acrylic on canvas, 54×54″ | *Án titils*, 2006, akríl á strigi, 137×137cm

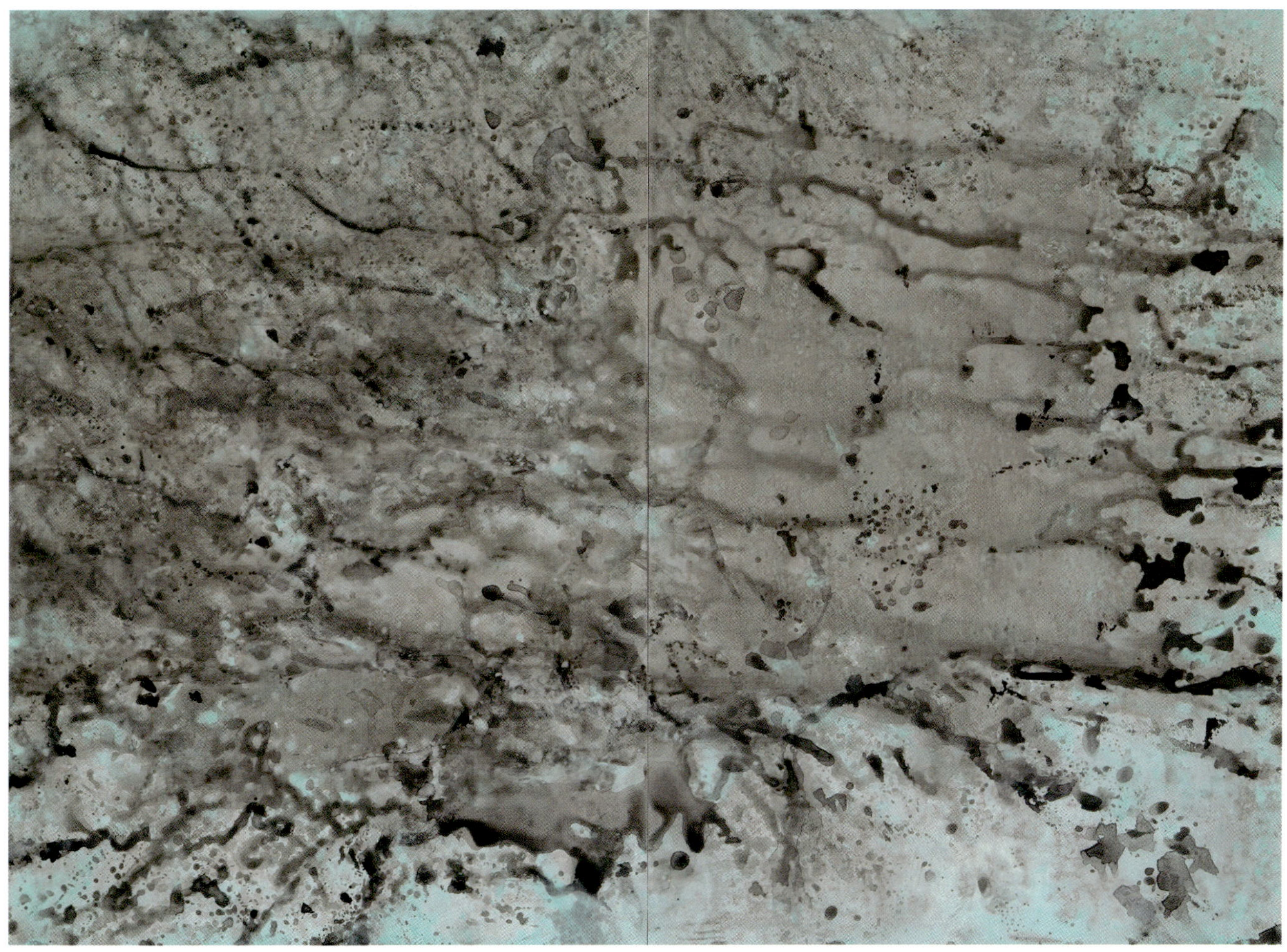

Untitled, 2006, acrylic on aluminum, 36x48″ │ *Án titils*, 2006, akríl á ál, 91x122cm

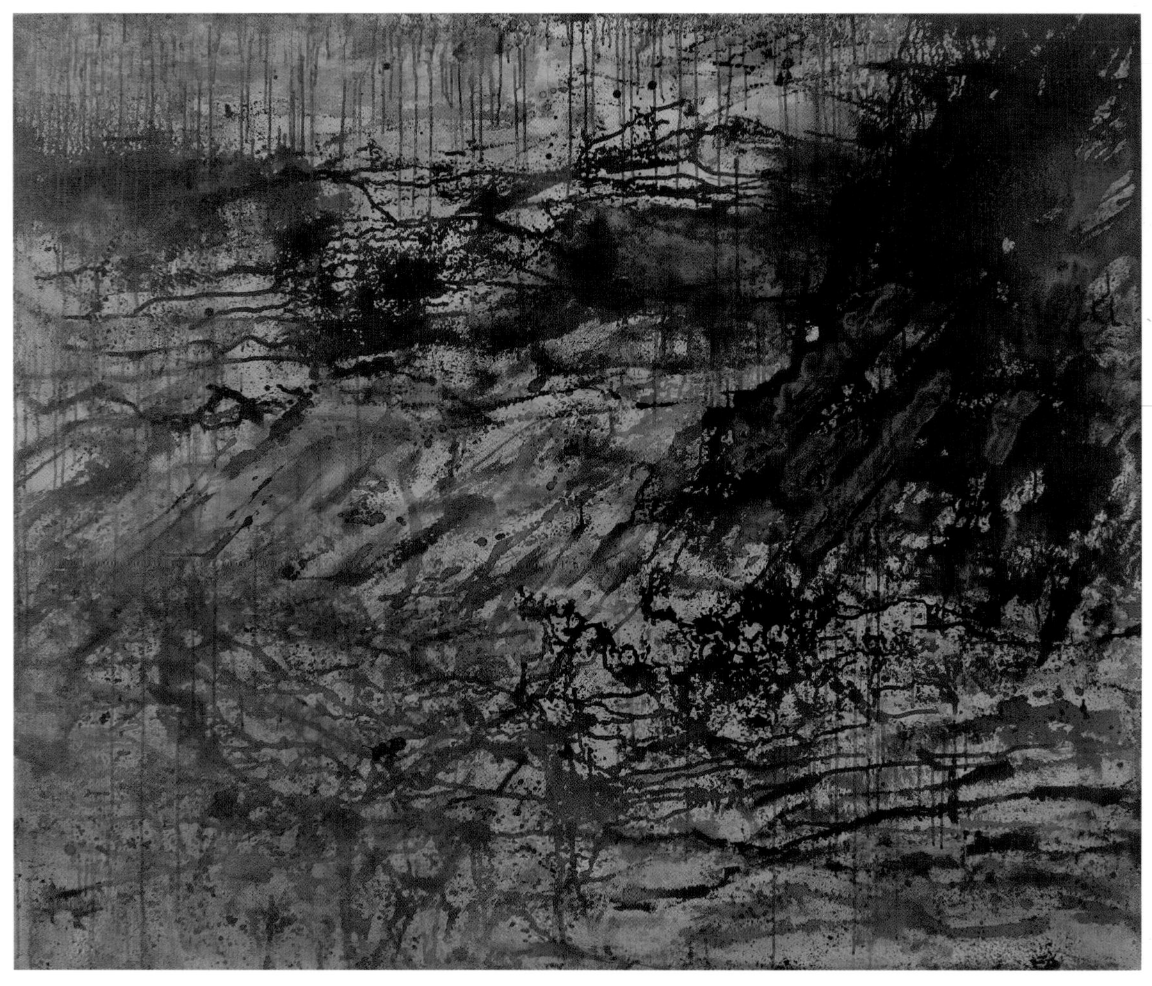

Untitled, 2007, acrylic on canvas, 57x67″ | *Án titils*, 2007, akríl á strigi, 145x170cm

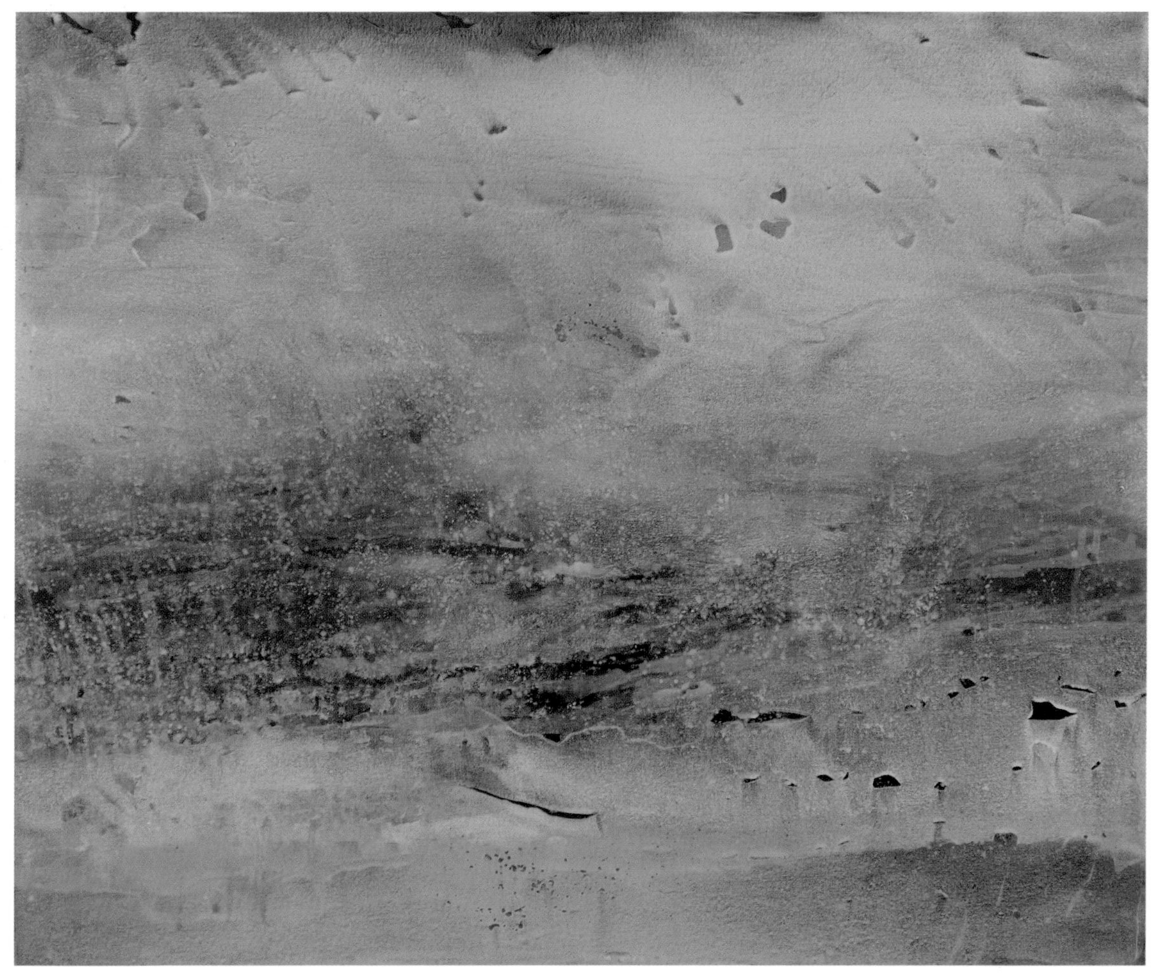

Untitled, 2007, acrylic on canvas, 57×67″ | Án titils, 2007, akríl á striga, 145×170cm

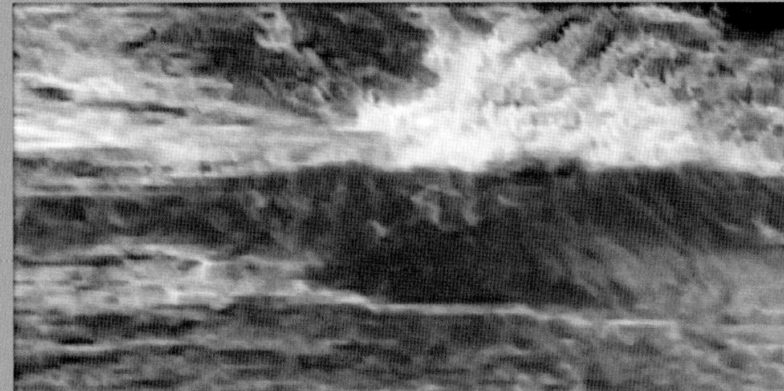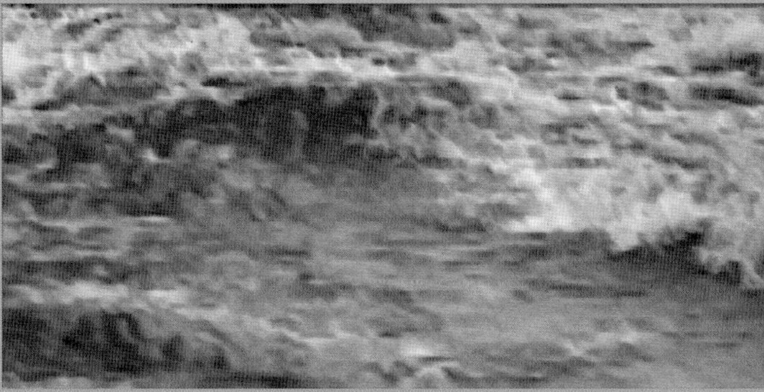

From Ice, 2007, still from video installation ⎪ *From Ice,* 2007, myndbandsinnsetning á þremur rásum

BIOGRAPHY

JOAN PERLMAN
Born New York, NY
Lives in Los Angeles

Education
- MFA San Francisco Art Institute, San Francisco, California
- BFA Highest Honors, California College of the Arts, Oakland, California
- University of Michigan, Ann Arbor, Michigan

Awards and Residencies
- Durfee Foundation Grant, Los Angeles, CA, 2007
- American Embassy, Reykjavík, Iceland, Cultural Grant, 2007, 2006
- SÍM (Association of Icelandic Visual Artists) and Reykjavík Art Museum, Iceland, Artist in Residence, 2004
- Los Angeles County Museum of Art, Art Here and Now Program, 2003
- Santa Fe Art Institute, New Mexico, Artist in Residence, 2003
- Musée d'Art Américain Giverny, Terra Foundation for the Arts, Giverny, France, Residency Grant, 2000
- Ucross Foundation, Wyoming, Artist in Residence, 1999
- Djerassi Resident Artists Program, California, Artist in Residence, 1990
- MacDowell Colony, New Hampshire, Artist in Residence, 1981
- National Endowment for the Arts Individual Artist's Fellowship, 1980

Selected Solo Exhibitions
- Hafnarborg Institute of Culture and Fine Art, Hafnarfjördur, Iceland, 2007
- Ojala Gallery, Los Angeles, CA, 2002
- Ucross Foundation Art Gallery, Clearmont, Wyoming, catalogue, 2001
- Katrina Traywick Gallery, Berkeley, CA, 1998
- Sonoma State University, University Art Gallery, Rohnert Park, CA, 1997
- University of San Diego, Founders Gallery, San Diego, CA, catalogue, 1997
- Bank of America World Headquarters, San Francisco, CA, 1990

Selected Group Exhibitions
- David Cunningham Projects, San Francisco, CA, "Strange Weather," 2007
- Ruth Bachofner Gallery, Santa Monica, CA, "Pillow Talk," 2007
- Armory Center for the Arts, Pasadena, CA, "Darkness and Light," 2007
- Pharmaka Art, Los Angeles, CA, "Small Wonders II," 2006
- New York Museum of Water/Heidi Cho Gallery, New York, NY, "Hydrophilia," 2006
- Center for Icelandic Art, Reykjavik, Iceland, "The North," 2006
- Santa Fe Art Institute, New Mexico, "H2O," 2003
- Yellowstone Art Museum, Billings, MT, "34th Annual Invitational," 2002
- Art at Michael's, Santa Monica, CA, "Joan Perlman/Judy Glantzman," 2001
- Katrina Traywick Gallery, Berkeley, CA, "Traces: New Drawings," 2000
- San Francisco International Art Fair, San Francisco, CA, 2000
- New York University, New York, NY, "Small Works," 1998
- San Francisco Museum of Modern Art, CA, Modern Art Council, 1998
- National Museum of American Art, Smithsonian Institution, Washington, DC, "NEA Visual Artists Fellowship Archive" (online), 1997
- Hebrew Union College, New York, NY, "Drawing from the Source," 1997
- Traywick Gallery, Berkeley, CA, "Inaugural Exhibition: Gallery Artists," 1997
- Meridian Gallery, San Francisco, CA, "About Drawing," 1995
- Jewish Museum San Francisco, San Francisco, "Light Interpretations," 1995
- Bank of America World Headquarters, Plaza Gallery, San Francisco, "Further Investigations," 1994
- San Francisco Arts Commission Gallery, "The Women's Mentor Show," 1994
- Richmond Art Center, Richmond, CA, "New Drawing," 1994
- Southern Exposure Gallery, San Francisco, "Drawing First," 1993
- Opts Art Gallery, San Francisco, CA, "Private Investigations," 1993

- The Magnes Museum, Berkeley, CA, "Recent Acquisitions," 1992
- Fine Arts Museums of San Francisco, Achenbach Foundation, San Francisco, "Recent Acquisitions: Tradition & Innovation 1500–1989," catalogue, 1989
- Jeremy Stone Gallery, San Francisco, CA, "Then and Now: Nine Artists," 1989
- San Francisco Art Institute, Walter/McBean Gallery, "Overview," 1988
- The Magnes Museum, Berkeley, CA, "Northern California Artists," catalogue, 1988
- Pro Arts Gallery, Oakland, CA, "Connected by Nature: Five Views," catalogue, 1986
- The Women's Building, Los Angeles, CA, "Through Darkness to Light," 1986

Artist Lectures
- Center for Icelandic Art, Reykjavík, Iceland, 2005
- California State University, Fullerton, CA, 2001
- Ucross Foundation Residency Program, Clearmont, Wyoming, 1999
- Katrina Traywick Gallery, Berkeley, CA, 1998
- Sonoma State University, Rohnert Park, CA, 1997
- San Francisco Art Institute, 1996
- Nýlistasafnið (Living Art Museum), Reykjavík, Iceland, 1995
- Djerassi Foundation Resident Artist's Program, Woodside, CA, 1990

Selected Bibliography
- Film Art, Los Angeles, "Studio Interview" online, 2004
- McConnell, Gordon, "Subterrain: Recent Paintings and Drawings by Joan Perlman," catalogue essay, 2001
- *Wyoming Public Radio (NPR)*, "Wyoming Today: Artist Interview," 2001
- Musée d'Art Américain Giverny, Giverny, France, *MAAG Online*, "Residences," 2001
- Thompson, Sandy, "Joan Perlman and Catherine Lee at Sonoma State," *Artweek*, January 1998

- *KQED San Francisco (NPR)*, "West Coast Weekend/New Art Shows," 1998
- California Society of Printmakers, "85th Anniversary Catalogue of Prints," 1998
- Cartwright, Dr. Derrick, "Distant Latitudes: Recent Work by Joan Perlman," catalogue essay, 1997
- Rosensaft, Jean Bloch, "Drawing from the Source," Hebrew Union College, catalogue essay, 1997
- *ZYZZYVA*, V.12, No. 1, Spring 1996, San Francisco
- Saitowitz, Stanley, "Light Interpretations," exhibition catalogue, 1995
- Baker, Kenneth, *San Francisco Chronicle*, November 26, 1993
- Johnson, Robert F., "Recent Acquisitions: Tradition and Innovation 1500-1989," Fine Arts Museums of San Francisco, Sept. 1989
- Baker, Kenneth, *San Francisco Chronicle*, September 17, 1989
- *ZYZZYVA*, V.5, No.3, Fall 1989, San Francisco
- Shere, Charles, *Oakland Tribune*, March 16, 1987
- Helzel, Florence; Braufman, Sheila, The Magnes Museum, catalogue essay, 1987
- Brunson, Jamie, "Nature as Spirituality," *Artweek*, Sept. 20, 1986
- Liss, Andrea, "Gestural Drawing I," catalogue essay, 1984
- Johnson, Robert F., "Prints USA," catalogue essay, 1984

Selected Public Collections
- The Fine Arts Museums of San Francisco, San Francisco, CA, Achenbach Foundation
- Musée d'Art Américain Giverny, Terra Foundation for the Arts, Giverny, France
- The Magnes Museum, Berkeley, CA
- University of San Diego, San Diego, CA
- Ucross Foundation, Clearmont, Wyoming
- The Dobkin Foundation, New York, NY
- Gold Coast Savings, Ft. Lauderdale, FL
- ASI, Inc., San Jose, CA
- Novell, Inc., Headquarters, Provo, Utah

CONTRIBUTORS / AÐSTANDENDUR

Anne Brydon

Dr. Anne Brydon is a Canadian cultural critic, writer and curator. She is Associate Professor and Chair of Anthropology at Wilfrid Laurier University in Waterloo, Canada. Since 1988 she has conducted ethnographic research in Iceland and is currently investigating how contemporary visual artists there address issues of nature, science and technology.

Dr. Anne Brydon er gagnrýnandi, rithöfundur og sýningarstjóri frá Kanada. Hún er dósent og deildarstjóri í mannfræði við Wilfrid Laurier-háskólann í Waterloo í Kanada. Frá því árið 1988 hefur hún stundað mannfræðirannsóknir á Íslandi og athugar nú hvernig myndlistarmenn þar taka á náttúrverndarmálum, vísindum og tækniþróun.

Brad Leithauser

Brad Leithauser is author of numerous novels, essays, and volumes of poetry, including the 2006 *Curves and Angles* from which "Nightfall" is taken. His awards include a fellowship from the MacArthur Foundation, and in 2005 he was inducted into Iceland's Order of the Falcon for his writings about Nordic literature.

Brad Leithauser hefur látið frá sér margar skáldsögur, ljóðabækur og bækur almenns efnis. Þeirra á meðal er ljóðasafnið *Curves and Angles* sem ljóðið „Náttmál" er fengið úr. Hann hefur hlotið styrki frá bæði MacArthur-stofnuninni. Árið 2005 hlaut hann Fálkaorðuna fyrir skrif sín um norrænar bókmenntir.

Lawrence Rinder

Lawrence Rinder's recent collection of essays about contemporary art and artists, *Art Life: Selected Writings 1991-2005,* was published in 2006. He is former Curator of Contemporary Art at the Whitney Museum in New York and was Chief Curator of the 2002 Whitney Biennial. He is currently Dean of the College at California College of the Arts in San Francisco, California.

Lawrence Rinder var safnstjóri yfir samtímalist við Whitney-safnið í New York og sýningarstjóri Whitney-tvíæringsins árið 2002. Hann er nú skólastjóri við California College of the Arts í San Francisco. Safn með ritgerðum hans um samtímalist og -listamenn kom út árið 2006 og ber titilinn *Art Life: Selected Writings 1991-2005.*

Oddur Sigurðsson

Oddur Sigurðsson is senior research geologist/glaciologist with the National Energy Authority in Reykjavík, Iceland. He is responsible for field studies of Iceland's glaciers and for documenting their annual fluctuation. He has created an extensive archive of aerial photographs of Iceland's glaciers and landscape.

Oddur Sigurðsson jarðfræðingur hefur starfað hjá Orkustofnun frá 1971, ekki síst að jöklamælingum og skyldum viðfangsefnum. Hann er höfundur fjölmargra rannsóknarskýrslna um jarðfræði og jökla og hefur einnig komið upp miklu safni loftmynda sem hann hefur tekið af jöklum og landslagi á Íslandi.

ARTIST'S NOTE

I traveled for many years to Iceland in my dreams. When I finally arrived there I felt an affinity with its spare volcanic landscape; this resonance has sustained my creative work for over a decade. Gradually I've discovered others who have been singularly drawn to the country's mysteries and beauty, sometimes for inexplicable reasons. The contributors to this catalogue I see as kindred spirits in their fascination with this uniquely compelling place.

Iceland is a landscape of process due to young geology, and its dynamic nature has had a profound influence on my studio practice. A source of inspiration for my work is the southeast coast's glacial rivers – especially the river Hverfisfljót – which flow from the massive icecap Vatnajökull. This region is shown on the endpapers in a map drawn in 1794.

Eiríksfellsá, a tributary to the river Hverfisfljót, southeast Iceland
Photograph by Oddur Sigurðsson, National Energy Authority

Eiríksfellsá í Fljótshverfi fellur í Hverfisfljót
Oddur Sigurðsson, Orkustofnun

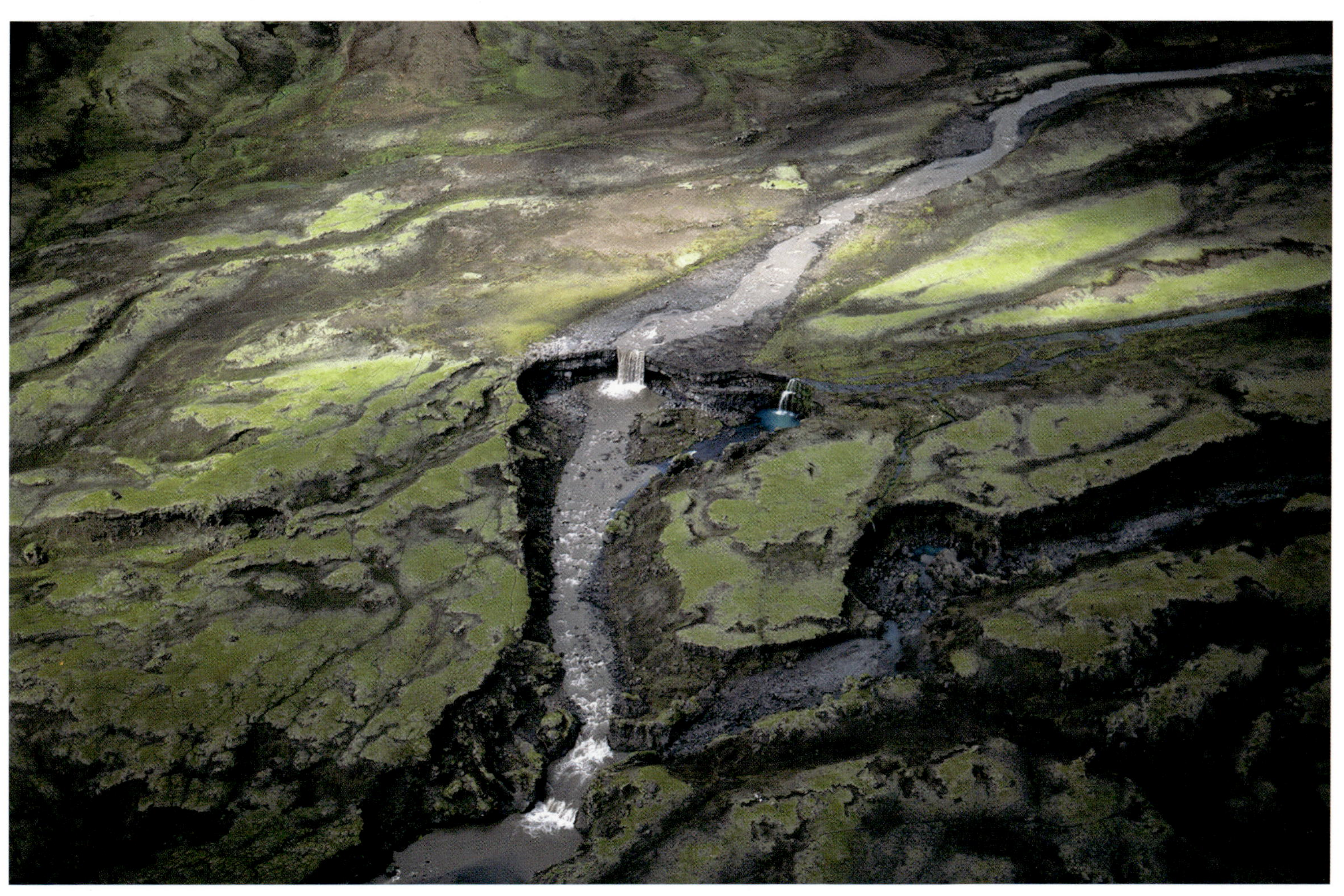

Published on the occasion of the exhibition
Element: Joan Perlman

Hafnarborg, The Hafnarfjörður Institute of Culture and Fine Art
August 9 to September 9 2007
Hafnarborg, menningar- og listastofnun Hafnarfjarðar
9 Ágúst til 9 September 2007
Strandgata 34
220 Hafnarfjörður, Iceland
www.hafnarborg.is

With generous support from:
• The Embassy of the United States, Reykjavík, Iceland
• The Durfee Foundation, Los Angeles, California

Með rausnarlegum stuðningi frá:
• Sendiráði Bandaríkja Norður-Ameríku á Íslandi
• Durfee-stofnuninni, Los Angeles, California

Many thanks to Pétrún Pétursdóttir; Anne Brydon, Larry Rinder and Brad Leithauser
for the catalogue writing; Oddur Sigurðsson for sharing information and images; and the
Árni Magnússon Institute. Thanks also to Steinunn Einarsdóttir, Jón Proppé and Hörður
Zophaniasson for translation of text into Icelandic. Most of all thanks to A.U. for his
steadfast support.

Photography/Ljósmyndir: Gene Ogami
Designer/Hönnun: Amy Inouye, Future Studio Los Angeles
Printing/Prentun: Delta Graphics, Los Angeles, CA

www.joanperlman.com
jp@joanperlman.com

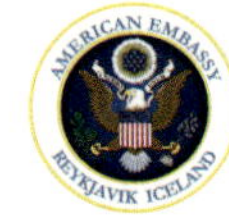

From Ice, 2007, digital video installation, page 32
Sound artist: Steven Dye
Video editor: Susan Hoskins
Post production: Tree Falls Sound Mix & Design

Collection of Irene Williams, page 15
Collection of Musée d'Art Américain Giverny, France/Terra Foundation for the Arts, page 19
Collection of Ruth Berson and Thierry d'Allant, page 28

"Nightfall" from *Curves and Angles* (Knopf, New York, 2006) by Brad Leithauser.
© 2006 Brad Leithauser. Reprinted by permission of the author.

"Náttmál" úr bókinni *Curves and Angles* (Knopf, New York, 2006).
Birt með leyfi höfundar. Öll réttindi áskilin Brad Leithauser, 2006.

Distribution by D.A.P./Distributed Art Publishers, New York, NY

Endpapers: Map of Vatnajökull by Sveinn Pálsson, 1794.
Courtesy Árni Magnússon Institute, Reykjavík, Iceland.

Kort af Vatnajökli eftir Svein Pálsson, 1794.
Birt með leyfi Stofnunar Árna Magnússonar í íslenskum fræðum.